בית ספר - trường học   2
נסיעה - du lịch   5
תחבורה - vận chuyển   8
עיר - thành phố   10
נוף - phong cảnh   14
מסעדה - khách sạn   17
סופרמרקט - siêu thị   20
שתיות - thức uống   22
אוכל - thức ăn   23
חווה - nông trại   27
בית - nhà   31
סלון - phòng khách   33
מטבח - bếp   35
חדר אמבטיה - phòng tắm   38
חדר ילדים - phòng trẻ em   42
בגדים - y phục   44
משרד - văn phòng   49
כלכלה - kinh tế   51
מקצועות - nghề nghiệp   53
כלי עבודה - dụng cụ   56
כלי נגינה - nhạc cụ   57
גן חיות - vườn bách thú   59
ספורט - thể thao   62
פעילויות - các hoạt động   63
משפחה - gia đình   67
גוף - cơ thể   68
בית חולים - bệnh viện   72
חירום - cấp cứu   76
כדור הארץ - trái đất   77
שעון - đồng hồ   79
שבוע - tuần lễ   80
שנה - năm   81
צורות - hình dạng   83
צבעים - màu sắc   84
הפכים - đối lập   85
מספרים - con số   88
שפות - các ngôn ngữ   90
מי / מה / איך - ai / cái gì / như thế nào   91
איפה - ở đâu   92

AF206753

Impressum
Verlag: BABADADA GmbH, Nedderfeld 112 , 22529 Hamburg
Geschäftsführer / Verlagsleitung: Harald Hof
Druck: Books on Demand GmbH, In de Tarpen 42, 22848 Norderstedt

Imprint
Publisher: BABADADA GmbH, Nedderfeld 112 , 22529 Hamburg, Germany
Managing Director / Publishing direction: Harald Hof
Print: Books on Demand GmbH, In de Tarpen 42, 22848 Norderstedt

בית ספר
trường học

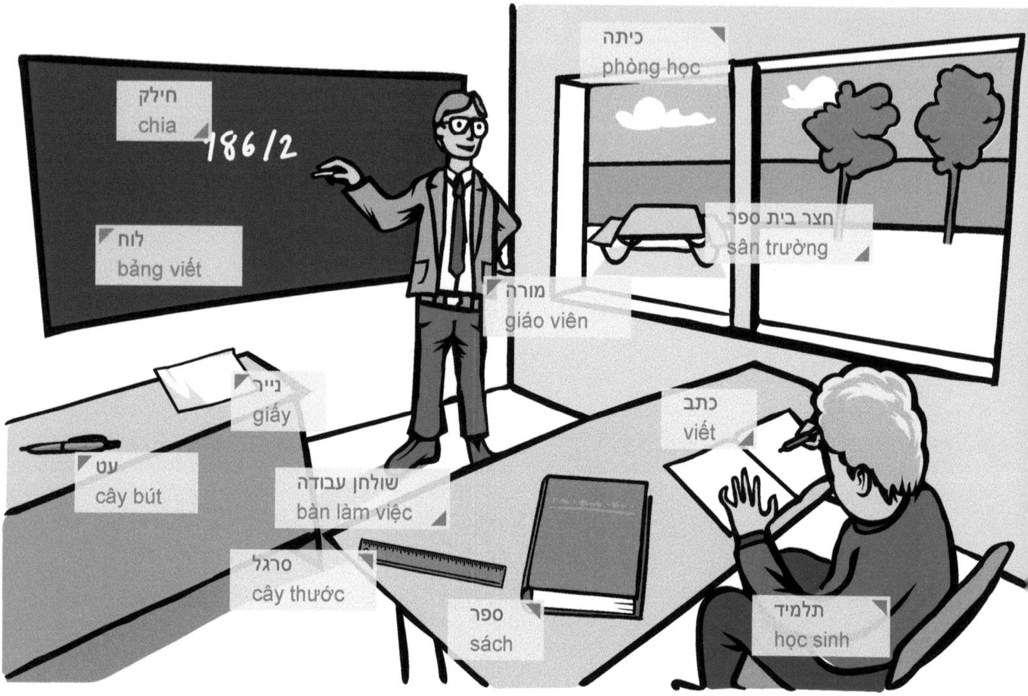
כיתה
phòng học
חילק
chia
186/2
לוח
bảng viết
חצר בית ספר
sân trường
מורה
giáo viên
נייר
giấy
כתב
viết
עט
cây bút
שולחן עבודה
bàn làm việc
סרגל
cây thước
ספר
sách
תלמיד
học sinh

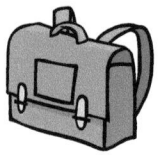

ילקוט
cặp đeo vai học sinh

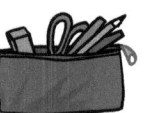

קלמר
hộp đựng bút

עיפרון
bút chì

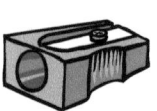

מחדד
cái gọt bút chì

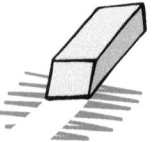

גומי מחיקה
cục tẩy

חוברת סרטוט
tập giấy vẽ

סרטוט

bản vẽ

מברשת

cọ vẽ

קופסת צבעים

hộp mực vẽ

מספריים

cây kéo

דבק

keo dán

ספר תרגול

sách bài tập

שיעור בית

bài tập ở nhà

מספר

số

חיבר

cộng

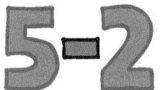

חיסר

trừ

הכפיל

nhân

חישב

tính toán

אות

chữ cái

אלפבית

bảng chữ cái

מילה

từ

טקסט

văn bản

קרא

đọc

גיר

phấn viết

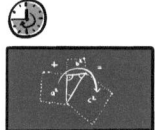

שיעור

bài học

יומן נוכחות

sổ lớp

מבחן

thi kiểm tra

תעודה

chứng chỉ

תלבושת בית ספר

đồng phục học sinh

חינוך

giáo dục

אנציקלופדיה

từ điển bách khoa

אוניברסיטה

đại học

מיקרוסקופ

kính hiển vi

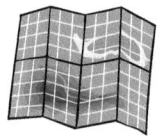

מפה

bản đồ

סל נייר

thùng rác giấy

נסיעה

du lịch

Grand
מלון
khách sạn
הוסטל
nhà trọ
ROOMS
המרת מטבע
quầy đổi tiền
מזוודה
va li
אוטו
xe ô tô

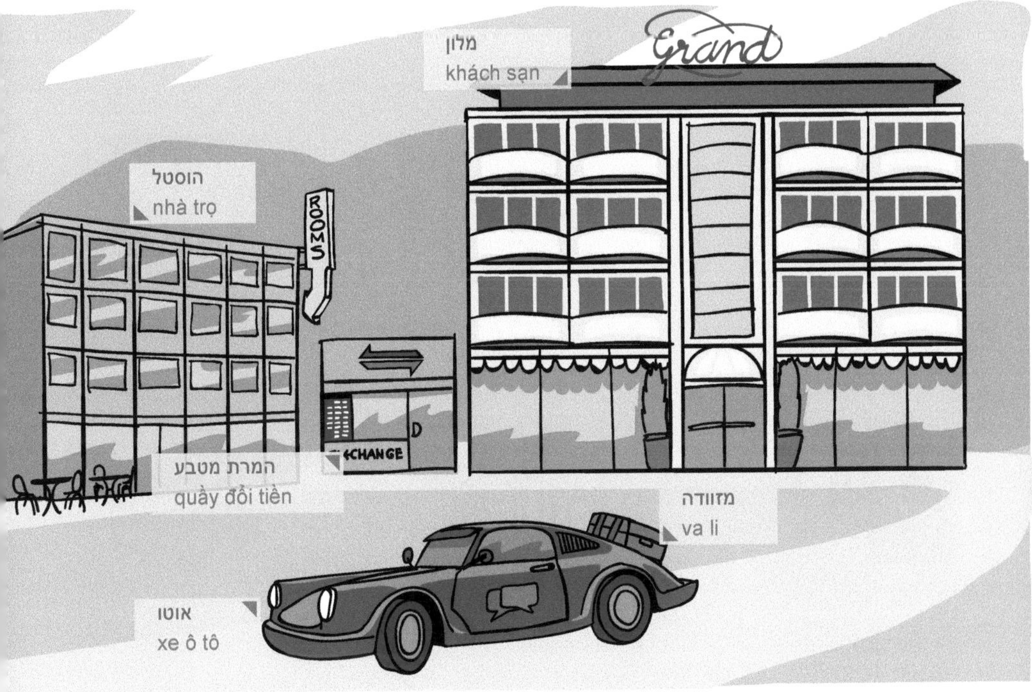

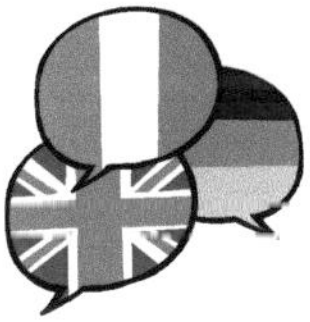

שפה

ngôn ngữ

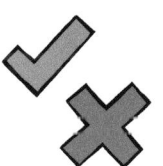

כן / לא

có / không

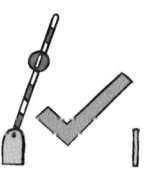

בסדר

ô kê

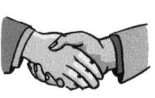

שלום

Xin chào

מתרגם

thông dịch viên

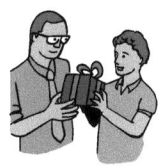

תודה

cám ơn

כמה עולה.....?

... bao nhiêu tiền?

אני לא מבין

tôi không hiểu

בעיה

vấn đề

ערב טוב!

Xin chào! (buổi tối)

בוקר טוב!

xin chào! (buổi sáng)

לילה טוב!

chúc ngủ ngon!

להתראות

tạm biệt

כיוון

hướng đi

כבודה

hành lý

תיק

túi xách

תרמיל גב

túi ba lô

אורח

khách

חדר

phòng

שק שינה

túi ngủ

אוהל

lều

מרכז מידע לתיירים

thông tin du lịch

חוף ים

bãi biển

כרטיס אשראי

thẻ tín dụng

ארוחת בוקר

ăn sáng

ארוחת צהריים

ăn trưa

ארוחת ערב

ăn tối

כרטיס

vé xe

מעלית

thang máy

בול

tem bưu điện

גבול

biên giới

מכס

hải quan

שגרירות

đại sứ quán

אשרה

thị thực

דרכון

hộ chiếu

תחבורה
vận chuyển

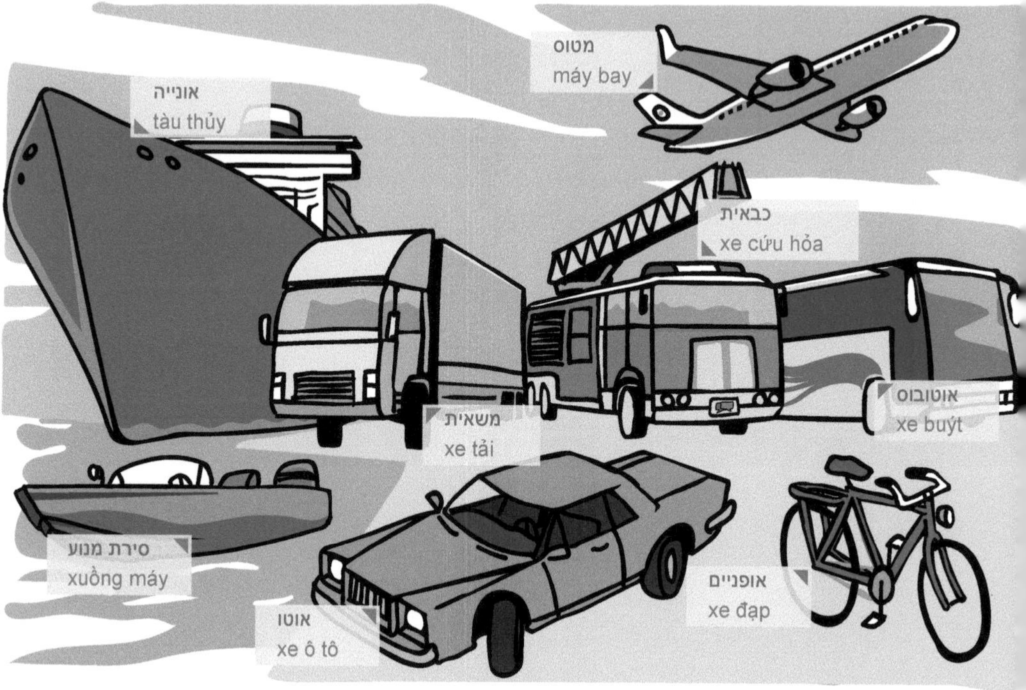

מטוס
máy bay
אונייה
tàu thủy
כבאית
xe cứu hỏa
משאית
xe tải
אוטובוס
xe buýt
סירת מנוע
xuồng máy
אופניים
xe đạp
אוטו
xe ô tô

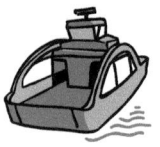

מעבורת

phà

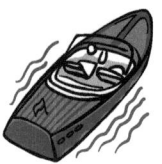

סירה

xuồng

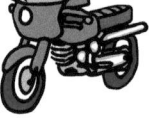

אופנוע

xe máy

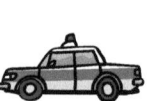

ניידת משטרה

xe cảnh sát

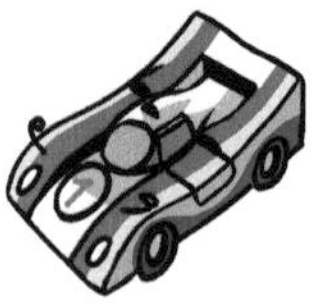

מכונית מרוץ

xe đua

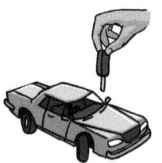

רכב שכור

xe cho thuê

מכוניות בשיתוף

dịch vụ thuê xe tự lái

אוטו גרר

xe kéo cứu hộ

משאית זבל

xe rác

מנוע

động cơ

דלק

xăng

תחנת דלק

trạm xăng

תמרור

biển báo giao thông

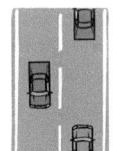

תנועה

giao thông

פקק תנועה

ách tắc giao thông

חניה

bãi đậu xe

תחנת רכבת

nhà ga

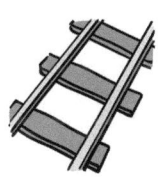

פסי רכבת

đường ray

רכבת

xe lửa

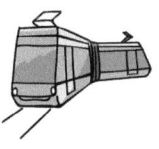

רכבת קלה

tàu điện

קרון

toa xe

מסוק

máy bay trực thăng

שדה-תעופה

sân bay

מגדל

tháp

נוסע

hành khách

קונטיינר

côngtenơ

קרטון

thùng các-tông

עגלה

xe đẩy

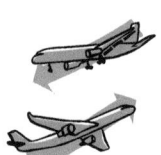

סל

cái giỏ

המראה / נחיתה

cất cánh / hạ cánh

עיר

thành phố

כפר

làng

מרכז העיר

trung tâm thành phố

בית

nhà

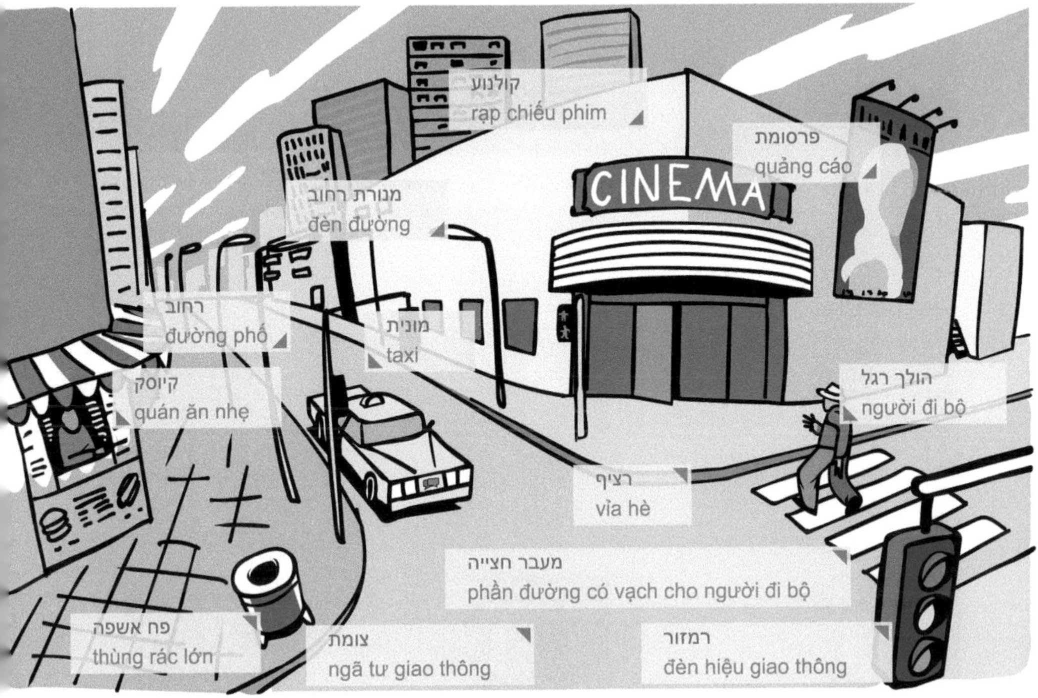

קולנוע
rạp chiếu phim

פרסומת
quảng cáo

מנורת רחוב
đèn đường

רחוב
đường phố

מונית
taxi

CINEMA

הולך רגל
người đi bộ

קיוסק
quán ăn nhẹ

רציף
vỉa hè

מעבר חציייה
phần đường có vạch cho người đi bộ

פח אשפה
thùng rác lớn

צומת
ngã tư giao thông

רמזור
đèn hiệu giao thông

בקתה
nhà chòi

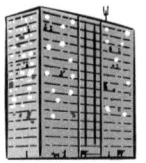

דירה
căn hộ

תחנת רכבת
nhà ga

עירייה
tòa thị chính

מוזיאון
viện bảo tàng

בית ספר
trường học

אוניברסיטה
đại học

בנק
ngân hàng

בית חולים
bệnh viện

מלון
khách sạn

בית מרקחת
hiệu thuốc

משרד
văn phòng

חנות ספרים
hiệu sách

חנות
cửa hiệu

חנות פרחים
cửa hiệu bán hoa

סופרמרקט
siêu thị

שוק
chợ

כל-בו
cửa hàng bách hóa

מוכר דגים
người bán cá

קניון
trung tâm mua bán

נמל
bến cảng

פארק

công viên

ספסל

ghế băng

גשר

cầu

מדרגות

cầu thang

רכבת תחתית

tàu điện ngầm

מנהרה

đường hầm

תחנת אוטובוס

trạm xe buýt

בר

quán bar

מסעדה

khách sạn

תא דואר

hòm thư công cộng

שלט רחוב

bảng hiệu đường

מדחן

đồng hồ đậu xe

גן חיות

vườn bách thú

בריכת שחיה

bể bơi

מסגד

nhà thờ Hồi giáo

חווה

nông trại

זיהום

ô nhiễm môi trường

בית עלמין

nghĩa trang

כנסייה

nhà thờ

מגרש משחקים

sân chơi

בית מקדש

ngôi đền

נוף

phong cảnh

עלה
lá cây

תמרור
bảng chỉ đường

דרך
lối đi

מראה
bãi cỏ

אבן
hòn đá

עץ
cây

מטייל
người đi bộ đường dài

נהר
sông

דשא
cỏ

פרח
bông hoa

בקעה

thung lũng

הר

đồi

אגם

hồ nước

יער

rừng

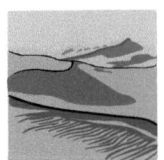

מדבר

sa mạc

הר געש

núi lửa

טירה

lâu đài

קשת בענן

cầu vồng

פטריה

nấm

דקל

cây cọ

יתוש

con muỗi

זבוב

con ruồi

נמלה

con kiến

דבורה

con ong

עכביש

con nhện

חיפושית

bọ cánh cứng

צפרדע

con ếch

סנאי

con sóc

קיפוד

con nhím

ארנב

con thỏ

ינשוף

con cú

ציפור

con chim

ברבור

thiên nga

חזיר בר

heo rừng

צבי

con hươu

אייל הקורא

nai sừng tấm

סכר

đê

טורבינת רוח

tuabin gió

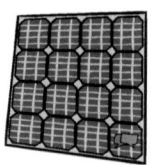

פנל סולארי

tấm năng lượng mặt trời

אקלים

khí hậu

מסעדה
khách sạn

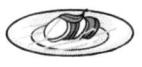

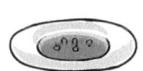

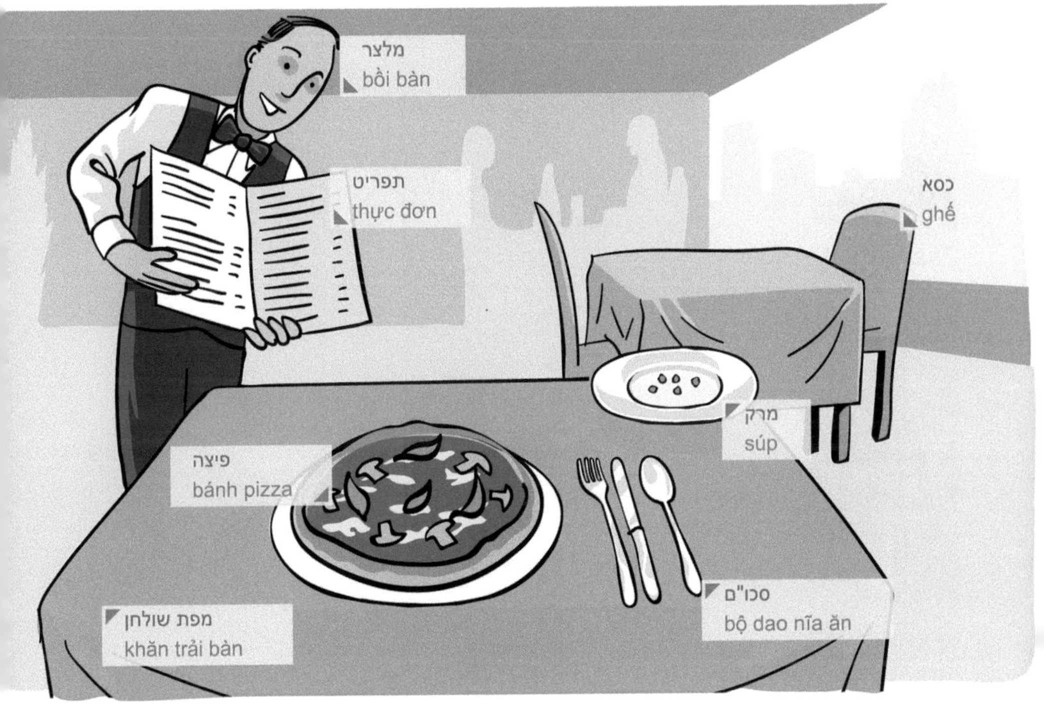

מלצר
bồi bàn
תפריט
thực đơn
כסא
ghế
מרק
súp
פיצה
bánh pizza
סכו"ם
bộ dao nĩa ăn
מפת שולחן
khăn trải bàn

מנת פתיחה

món ăn khai vị

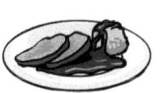

מנה עיקרית

món ăn chính

קינוח

món tráng miệng

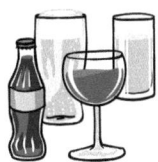

שתיות

thức uống

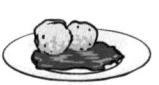

אוכל

thức ăn

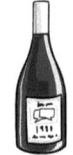

בקבוק

cái chai

מזון מהיר

thức ăn nhanh

אוכל רחוב

thức ăn đường phố

קנקן תה

ấm trà

מסכרת

hộp đường

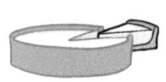

מנה

khẩu phần

מכונת אספרסו

máy pha espresso

כסא תינוק

ghế cao

חשבון

hóa đơn

מגש

khay

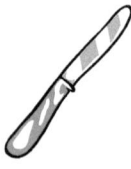

סכין

dao

מזלג

nĩa

כף

thìa

כפית

thìa uống trà

מפית

khăn ăn

כוס

cốc thủy tinh

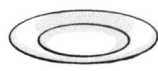

צלחת

đĩa

קערת מרק

đĩa súp

תחתית

đĩa lót cốc

רוטב

nước sốt

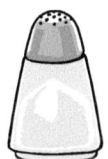

מלחייה

lọ muối

מטחנת פלפל

cái xay tiêu

חומץ

giấm

שמן

dầu

תבלינים

gia vị

קטשופ

nước xốt cà chua

חרדל

tương hạt cải

מיונז

nước sốt mayonnaise

סופרמרקט

siêu thị

מבצע
chào giá đặc biệt
FOR
לקוח
khách hàng
מוצרי חלב
sản phẩm từ sữa
פירות
trái cây
עגלת קניות
xe đẩy mua sắm

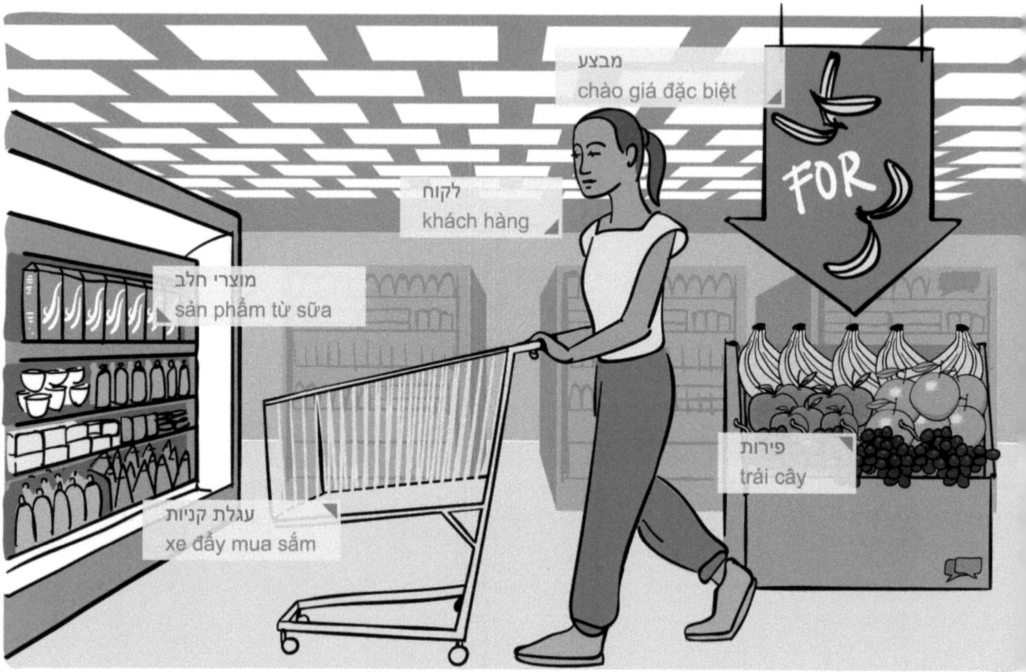

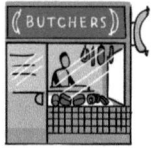

BUTCHERS

אטליז

lò mổ

BAKERY

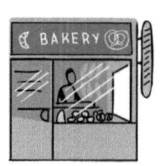

מאפייה

cửa hiệu bán bánh mì

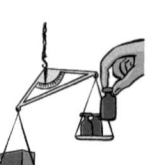

שקל

cân nặng

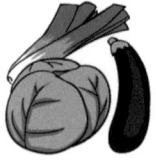

ירקות

rau quả

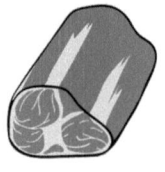

בשר

thịt

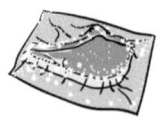

מזון קפוא

thức ăn đông lạnh

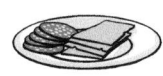

בשר קר

lát thịt nguội

שימורים

đồ hộp

אבקת כביסה

bột giặt

ממתקים

đồ ngọt

מוצרי בית

sản phẩm dùng trong gia đình

חומר ניקוי

chất tẩy rửa

מוכרת

người bán hàng

קופה

quầy trả tiền

קופאי

nhân viên thu ngân

רשימת קניות

danh sách mua sắm

שעות פתיחה

giờ mở cửa

ארנק

ví tiền

כרטיס אשראי

thẻ tín dụng

תיק

túi đeo

שקית ניילון

túi ny lông

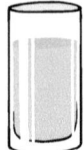

מים

nước

מיץ

nước quả ép

חלב

sữa

קולה

coca-cola

יין

rượu vang

בירה

bia

אלכוהול

cồn

קקאו

cacao

תה

trà

קפה

cà phê

אספרסו

espresso

קפוצ'ינו

cappuccino

בננה

chuối

תפוח

quả táo

תפוז

quả cam

אבטיח

dưa hấu

לימון

chanh

גזר

cà rốt

שום

tỏi

במבוק

tre

בצל

củ hành

פטריות

nấm

אגוזים

hạt dẻ

אטריות

mì

ספגטי

mì spaghetti

אורז

cơm

סלט

xà lách

צ'יפס

khoai tây chiên

צ'יפס

khoai tây chiên

פיצה

bánh pizza

המבורגר

bánh hamburger

כריך

bánh mì sandwich

שניצל

thịt côtlet

שינקין

thịt giăm bông

סלאמי

xúc xích

נקניקיה

dồi

עוף

gà

טיגון

rán

דג

cá

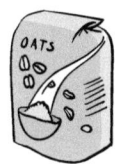

שיבולת שועל

cháo yến mạch

מוזלי

cháo muesli

קורנפלקס

bánh bột ngô nướng

קמח

bột mì

קרואסון

bánh sừng bò

לחמנייה

bánh mì

לחם

bánh mì

טוסט

bánh mì nướng

עוגיות

bánh bích quy

חמאה

bơ

גבינה לבנה

sữa đông

עוגה

bánh ngọt

ביצה

trứng

ביצת עין

trứng rán

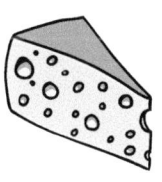

גבינה

pho mát

גלידה

kem

סוכר

đường

דבש

mật ong

ריבה

mứt

ממרח נוגט

kem nougat

קארי

cà ri

אוכל - thức ăn

חווה

nông trại

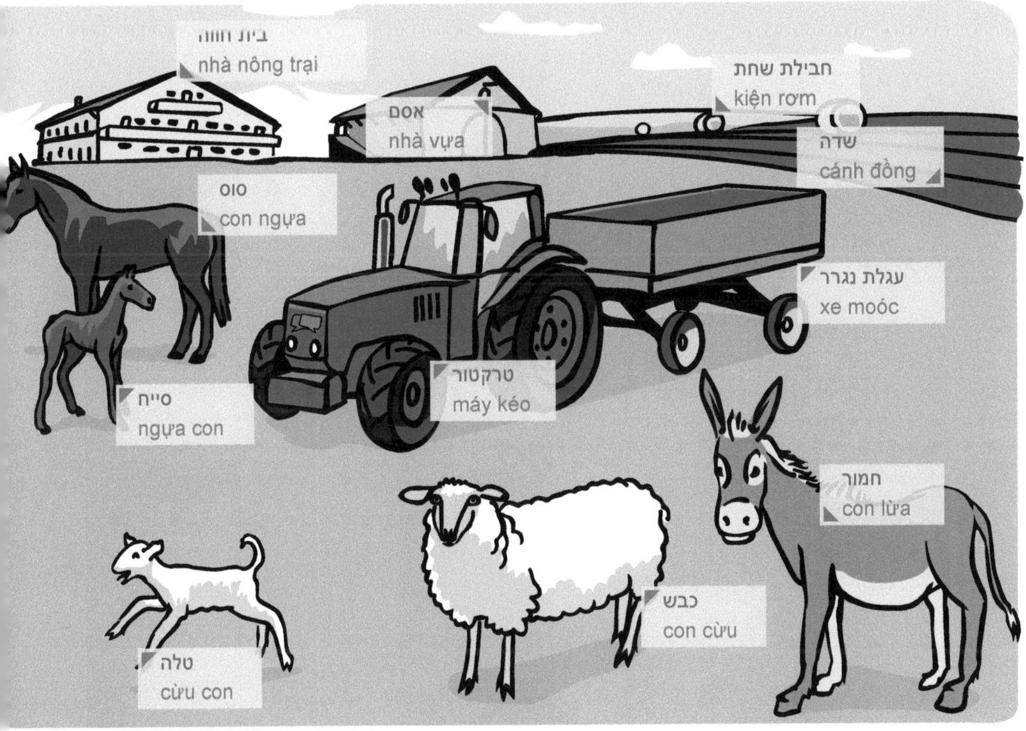

בית חווה
nhà nông trại
אסם
nhà vựa
חבילת שחת
kiện rơm
שדה
cánh đồng
סוס
con ngựa
עגלת נגרר
xe moóc
טרקטור
máy kéo
סייח
ngựa con
חמור
con lừa
כבש
con cừu
טלה
cừu con

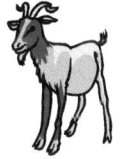

עז

con dê

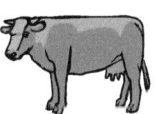

פרה

con bò

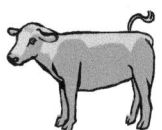

עגל

con bê

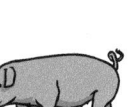

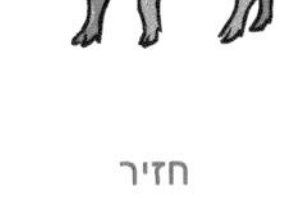

חזיר

con lợn

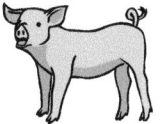

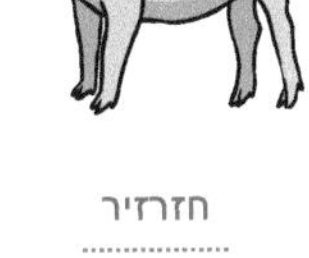

חזרזיר

lợn con

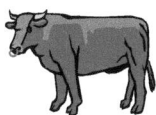

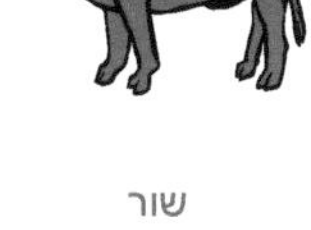

שור

bò đực

אווז

con ngỗng

ברווז

con vịt

אפרוח

gà con

תרנגולת

gà mái

תרנגול

gà trống

חולדה

con chuột

חתול

mèo

עכבר

chuột nhắt

שור

bò đực

כלב

con chó

מלונה

nhà chuồng chó

צינור השקיה

ống tưới vườn cây

קנקן מים

thùng tưới cây

חרמש

lưỡi hái

מחרשה

cái cày

מגל

cái liềm

מגרפה

cái cuốc

קלשון

cái chĩa

גרזן

cái rìu

מריצה

xe cút kít

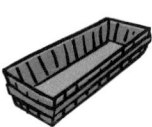

שוקת

máng ăn

כד חלב

lọ sữa

שק

bao tải

גדר

hàng rào

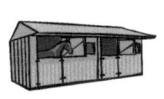

אורווה

chuồng

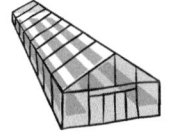

חממה

nhà kính trồng cây

אדמה

đất trồng

זרע

hạt giống

דשן

phân bón

מקצרה

máy gặt đập liên hợp

קצר

thu hoạch

קציר

mùa thu hoạch

בטטה אפריקנית

khoai lang

חיטה

lúa mì

סויה

đậu nành

תפוח אדמה

khoai tây

תירס

ngô

קנולה

hạt cải dầu

עץ פירות

cây ăn trái

קסבה

sắn

דגנים

ngũ cốc

בית
nhà

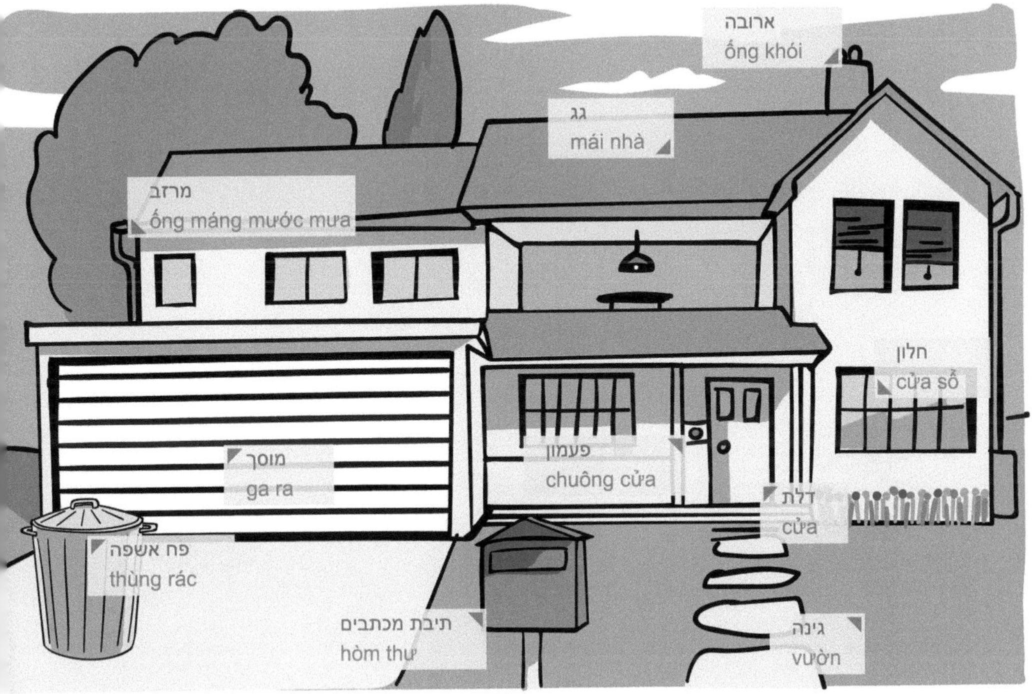
ארובה
ống khói
גג
mái nhà
מרזב
ống máng mước mưa
חלון
cửa sổ
מוסך
ga ra
פעמון
chuông cửa
דלת
cửa
פח אשפה
thùng rác
תיבת מכתבים
hòm thư
גינה
vườn

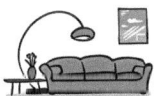

סלון

phòng khách

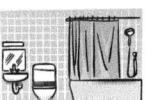

חדר אמבטיה

phòng tắm

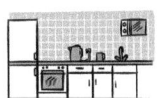

מטבח

bếp

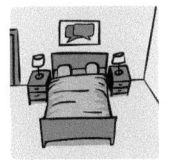

חדר שינה

phòng ngủ

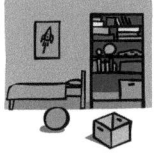

חדר ילדים

phòng trẻ em

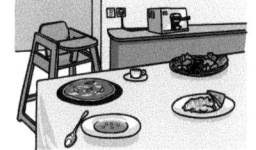

חדר אוכל

phòng ăn

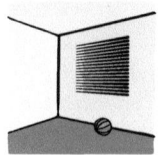

רצפה
nền nhà

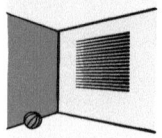

קיר
tường

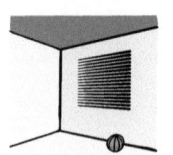

תקרה
trần nhà

מרתף
tầng hầm

סאונה
tắm hơi

מרפסת
ban công

מרפסת
sân hiên

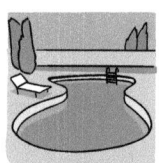

בריכה
bể bơi

מכסחת דשא
máy cắt cỏ

סדין
khăn trải giường

כיסוי מיטה
khăn trải giường

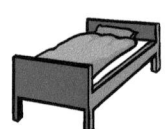

מיטה
giường

מטאטא
chổi

דלי
cái xô

מפסק
công tắc điện

סלון
phòng khách

טפט
giấy dán tường
תמונה
hình ảnh
מנורה
đèn
מדף
cái kệ
ארון
tủ
טלוויזיה
ti vi
אח
lò sưởi
פרח
bông hoa
כרית
gối
ספה
ghế sofa
אגרטל
bình hoa
שלט רחוק
điều khiển từ xa

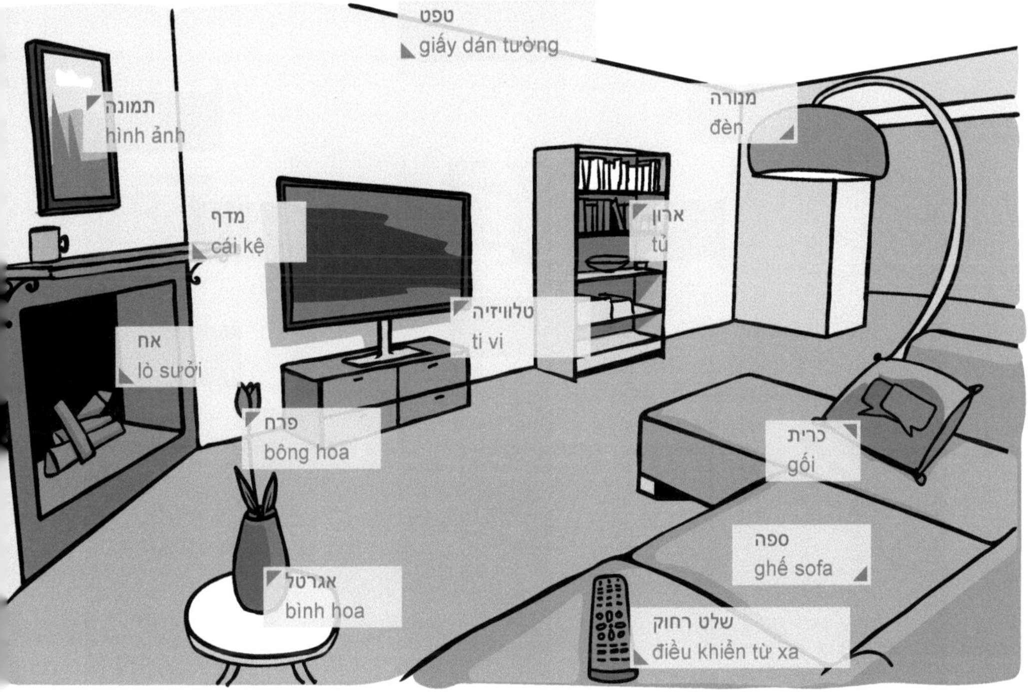

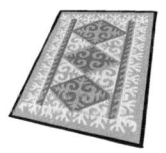

שטיח

thảm

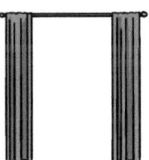

וילון

rèm

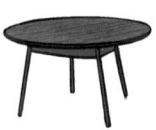

שולחן

cái bàn

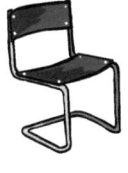

כסא

ghế

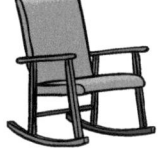

כיסא נדנדה

ghế bập bênh

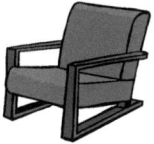

כורסה

ghế bành

ספר

sách

שמיכה

cái chăn

דקורציה

đồ trang trí

עצי הסקה

củi

סרט

phim

מערכת סטריאו

máy hi-fi

מפתח

chìa khóa

עיתון

báo

ציור

bức tranh

פוסטר

áp phích

רדיו

radio

מחברת

sổ ghi chép

שואב אבק

máy hút bụi

קקטוס

cây xương rồng

נר

cây nến

מטבח
bếp

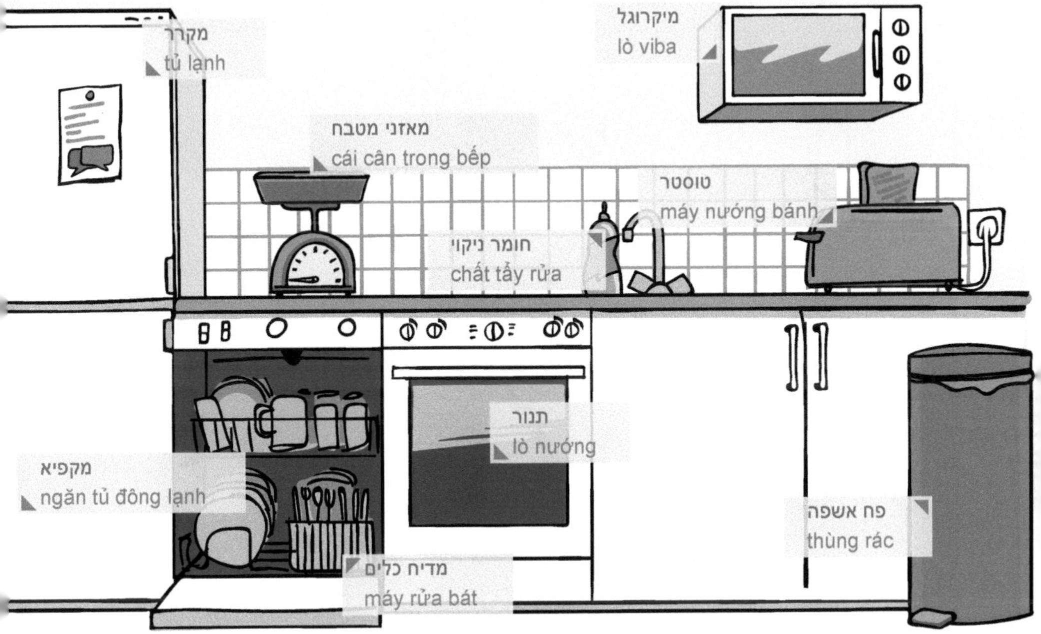

מקרר
tủ lạnh
מיקרוגל
lò viba
מאזני מטבח
cái cân trong bếp
טוסטר
máy nướng bánh
חומר ניקוי
chất tẩy rửa
תנור
lò nướng
מקפיא
ngăn tủ đông lạnh
פח אשפה
thùng rác
מדיח כלים
máy rửa bát

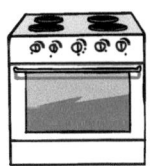

תנור
lò nấu

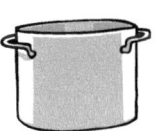

סיר
nồi

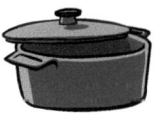

סיר ברזל
nồi sắt

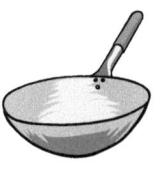

ווק
chảo

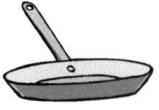

מחבת
chảo

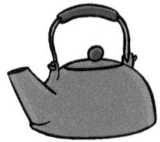

קומקום חשמלי
ấm đun nước

מאדה

nồi đun hơi

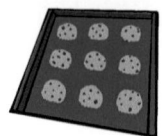

מגש אפייה

khay lò nướng

כלי אוכל

bát đĩa

ספל

cốc

קערה

cái bát

צ'ופסטיקס

đũa

מצקת

cái vá

מרית

bàn xẻng

מטרפה

que đánh kem

מסננות בישול'

rây dùng trong bếp

מסננת

cái rây lọc

מגרדת

cái nạo

מכתש

vữa

גריל

vỉ nướng

מדורה

ngọn lửa trần

קרש חיתוך

cái thớt

מערוך

trục cán bột

פותחן פקקים

cái mở nút chai

פחית

vỏ đồ hộp

פותחן קופסאות

cái mở vỏ đồ hộp

מטלית

miếng nhấc nồi

כיור

bồn rửa bát

מברשת

bàn chải

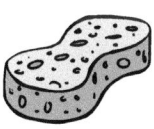

ספוג

miếng xốp

בלנדר

máy xay

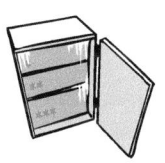

מקפיא

tủ đông lạnh

בקבוק לתינוק

bình sữa cho trẻ sơ sinh

ברז

vòi nước

חדר אמבטיה
phòng tắm

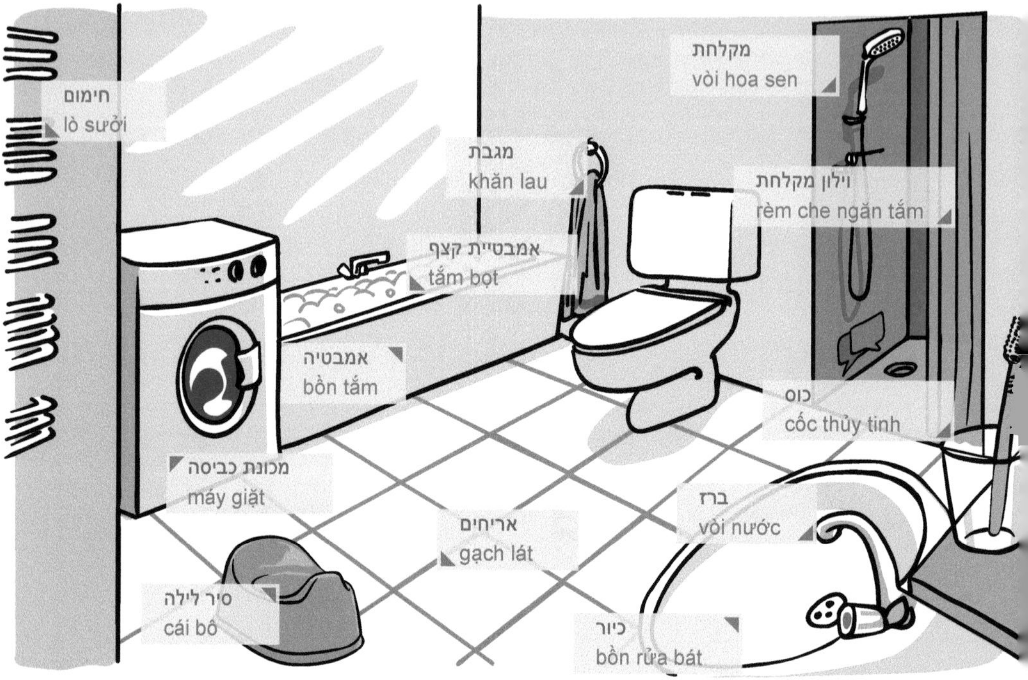

חימום
lò sưởi
מגבת
khăn lau
מקלחת
vòi hoa sen
וילון מקלחת
rèm che ngăn tắm
אמבטיית קצף
tắm bọt
אמבטיה
bồn tắm
כוס
cốc thủy tinh
מכונת כביסה
máy giặt
ברז
vòi nước
אריחים
gạch lát
סיר לילה
cái bô
כיור
bồn rửa bát

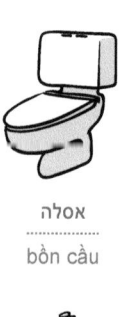

אסלה
bồn cầu

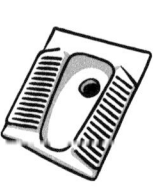

אסלת כריעה
bồn cầu ngồi xổm

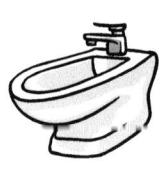

בידה
bồn rửa hậu môn

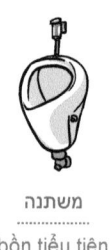

משתנה
bồn tiểu tiện

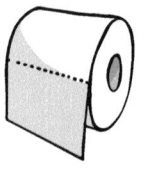

נייר טואלט
giấy vệ sinh

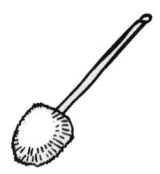

מברשת אסלה
bàn chải cọ bồn cầu

מברשת שיניים

bàn chải đánh răng

משחת שיניים

kem đánh răng

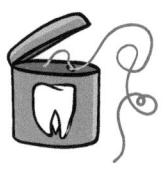

חוט דנטלי

chỉ nha khoa

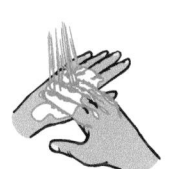

שטף

rửa

מקלחת יד

vòi sen cầm tay

צינור שטיפה לשירותים

vòi rửa hậu môn

קערת רחצה

bồn rửa

מברשת גב

bàn chải cọ lưng

סבון

xà phòng

ג'ל רחצה

sữa tắm

שמפו

dầu gội

ליפה

khăn cọ để tắm

ניקוז

lỗ thoát nước

קרם

kem

דיאודורנט

chất khử mùi

מראה

gương

מראת יד

gương tay

סכין גילוח

dao cạo râu

קצף גילוח

kem cạo râu

אפטרשייב

nước thơm dùng sau khi
cạo râu

מסרק

cái lược

מברשת

bàn chải

מייבש שיעור

máy xấy tóc

ספריי לשיער

keo xịt tóc

איפור

đồ trang điểm

שפתון

thỏi son môi

לק

sơn bôi móng

צמר גפן

bông

מספריים לציפורניים

kéo cắt móng

בושם

nước hoa

תיק כלי רחצה
túi đựng đồ tắm

שרפרף
ghế đẩu

משקל
cái cân

חלוק רחצה
áo choàng tắm

כפפות גומי
găng tay làm vệ sinh

טמפון
nút gạc

תחבושת סניטרית
băng vệ sinh

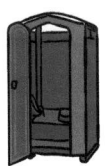

שירותים כימיקליים
nhà vệ sinh hóa chất

חדר ילדים
phòng trẻ em

שעון מעורר
đồng hồ báo thức
צעצוע חיבוק
thú bông
מכונית צעצוע
xe đồ chơi
רעשן
cái lúc lắc
בית בובות
nhà búp bê
מתנה
món quà

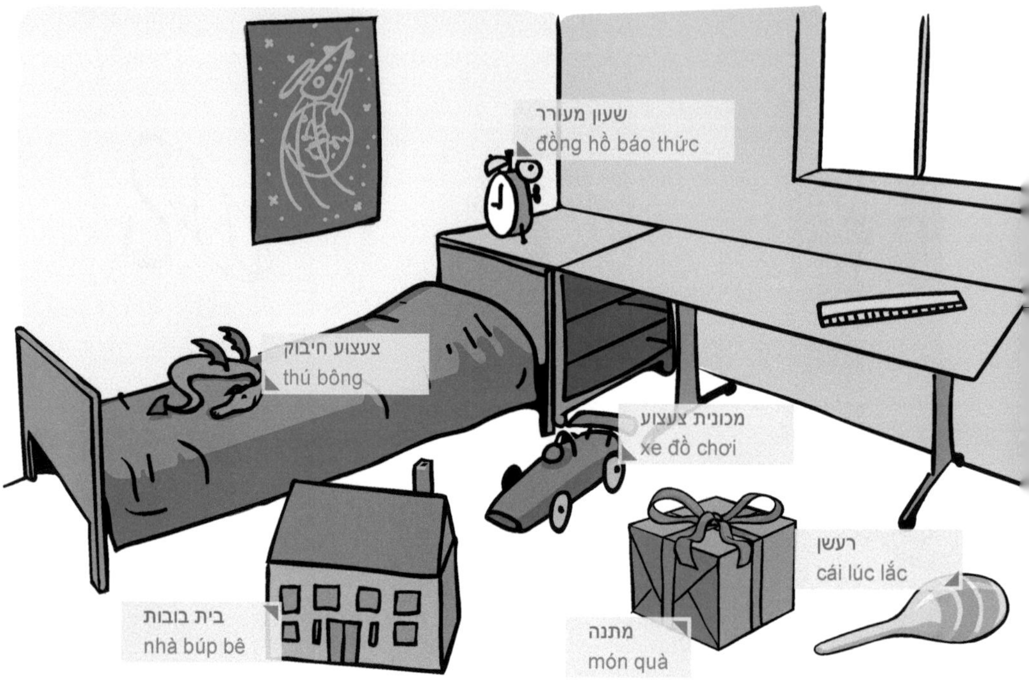

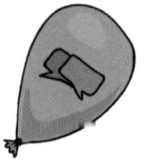

בלון
bong bóng

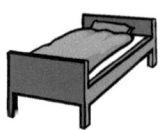

מיטה
giường

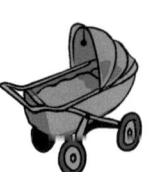

עגלה
xe nôi

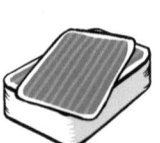

משחק קלפים
trò chơi bài

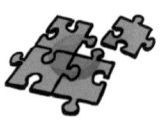

פאזל
trò chơi ghép hình

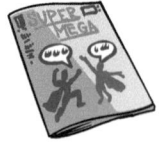

קומיקס
truyện tranh

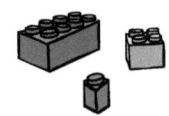

לֵגוֹ

gạch Lego

קוּבִּיּוֹת מִשְׂחָק

khối xếp hình

דְּמוּת מִשְׂחָק

nhân vật hành động

סַרְבָּל תִּינוֹקוֹת

áo liền quần cho trẻ sơ sinh

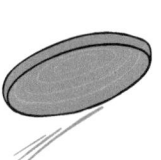

פְרִיזְבִּי

đĩa nhựa để ném

נַיָּיד

đồ chơi treo trên giường

מִשְׂחַק לוּחַ

trò chơi cờ bàn

קוּבִּיָּה

xúc xắc

רַכֶּבֶת צַעֲצוּעַ

đồ chơi xe lửa mô hình

מוֹצֵץ

ti giả

מְסִיבָּה

buổi tiệc

אַלְבּוֹם תְּמוּנוֹת

sách tranh

כַּדּוּר

quả bóng

בּוּבָּה

búp bê

שִׂיחֵק

chơi

ארגז חול

hố cát

נדנדה

cái đu

צעצועים

đồ chơi

קונסולת משחקים

máy chơi game cầm tay

אופניים תלת גלגלי

xe ba bánh

דובון

gấu bông

ארון בגדים

tủ quần áo

בגדים

y phục

גרביים

bít tất

גרביונים

bít tất dài

גרביון

quần tất

צעיף
khăn choàng cổ

מטרייה
ô che mưa

חולצת טי
áp phông

חגורה
dây thắt lưng

מגפיים
ủng

נעלי בית
dép đi trong nhà

נעלי ספורט
giày sneaker

סנדלים
dép xăng đan

נעליים
giày

מגפי גומי
ủng cao su

תחתונים
quần lót

חזייה
áo ngực

וסט
áo vest

גוף

áo ôm sát cơ thể

מכנסיים

quần dài

ג'ינס

quần bò

חצאית

váy

חולצה מכופתרת

áo cánh

חולצה

áo sơ mi

אפודה

áo len chui đầu

סווצ'ר עם קפוצ'ון

áo len

בלייזר

áo blazer

ז'קט

áo jacket

מעיל

áo khoác

מעיל גשם

áo mưa

תלבושת

trang phục

שמלה

áo váy

שמלת כלה

áo cưới

חליפה
bộ com lê

כותונת לילה
áo ngủ

פיג'מה
pijama

סארי
trang phục sari

מטפחת ראש
khăn trùm đầu

טורבן
khăn đội đầu

בורקה
áo burka

קאפטן
áo captan

עבאיה
áo aba

בגד ים
quần áo bơi

בגד ים
quần bơi

מכנסיים קצרים
quần đùi

בגד אימון
quần áo tracksuit

סינר
tạp dề

כפפות
găng tay

כפתור

cái cúc

משקפיים

kính mắt

צמיד יד

vòng đeo tay

שרשרת

vòng cổ

טבעת

nhẫn

עגיל

hoa tai

כובע

mũ lưỡi trai

קולב

cái mắc treo áo quần

כובע

mũ

עניבה

cà vạt

רוכסן

dây kéo phéc mơ tuya

קסדה

mũ bảo hiểm

כתפיות

dây đeo quần

תלבושת בית ספר

đồng phục học sinh

מדים

đồng phục

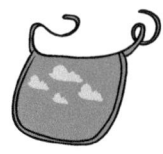

מפית אוכל

yếm trẻ em

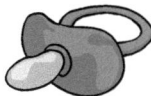

מוצץ

ti giả

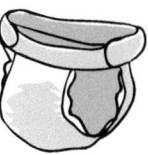

חיתול

tã lót

משרד

văn phòng

שרת
máy chủ
תיקייה
tủ hồ sơ
מדפסת
máy in
נייר
giấy
מסך
màn hình
עכבר
chuột máy tính
שולחן עבודה
bàn làm việc
תיק
thư mục
מקלדת
bàn phím
סל נייר
thùng rác giấy
מחשב
máy tính
כסא
ghế

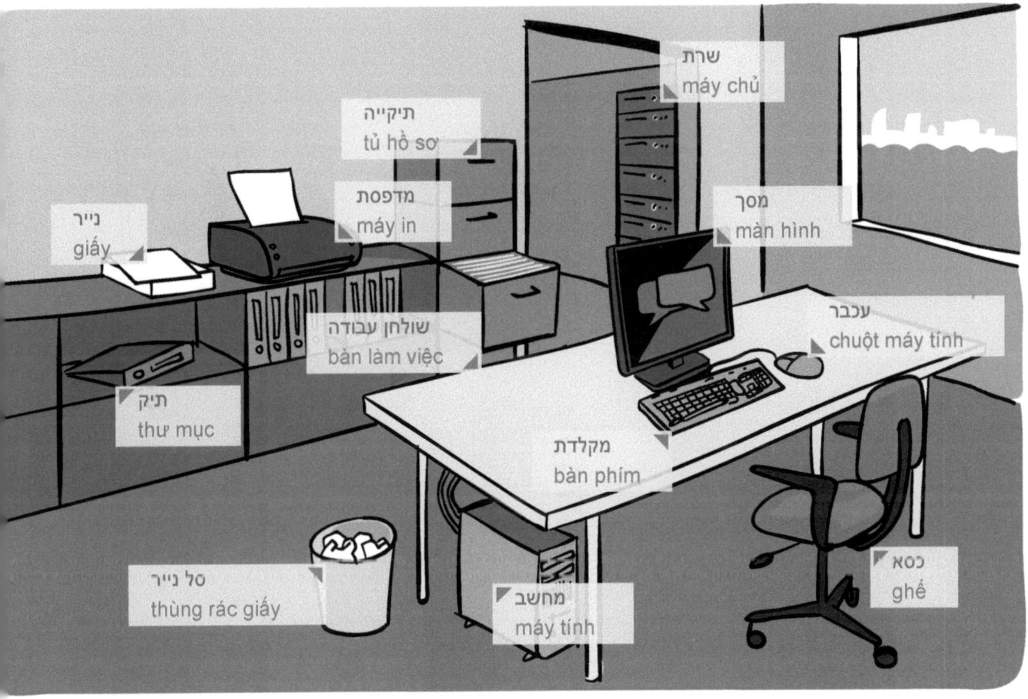

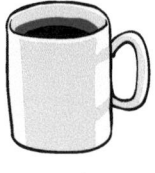

ספל קפה

cốc cà phê

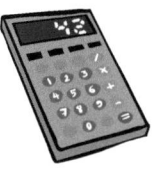

מחשבון

máy tính bỏ túi

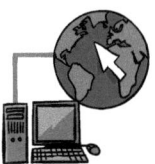

אינטרנט

internet

מחשב נייד

laptop

מכתב

thư

הודעה

tin nhắn

נייד

điện thoại di động

רשת

mạng

מכונת צילום

máy photocopy

תוכנה

phần mềm

טלפון

điện thoại

שקע

ổ cắm điện

פקס

máy fax

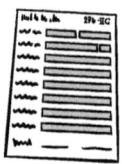

טופס

mẫu đơn

מסמך

chứng từ

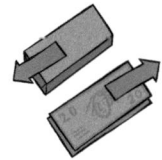

קנה

mua

שילם

trả tiền

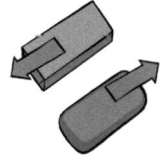

סחר

buôn bán

כסף

tiền

דולר

đô la

יורו

Euro

ין

yên

רובל

rúp

פרנק שווייצרי

franc Thụy Sĩ

יואן רנמינבי

nhân dân tệ

רופי

rupi

כספומט

máy rút tiền tự động

המרת מטבע

quầy đổi tiền

זהב

vàng

כסף

bạc

נפט

dầu

אנרגיה

năng lượng

מחיר

giá tiền

חוזה

hợp đồng

מס

thuế

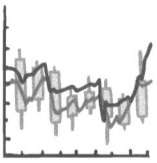

מנייה

cổ phiếu

עבד

làm việc

עובד

nhân viên

מעסיק

chủ lao động

מפעל

nhà máy

חנות

cửa hiệu

מקצועות
nghề nghiệp

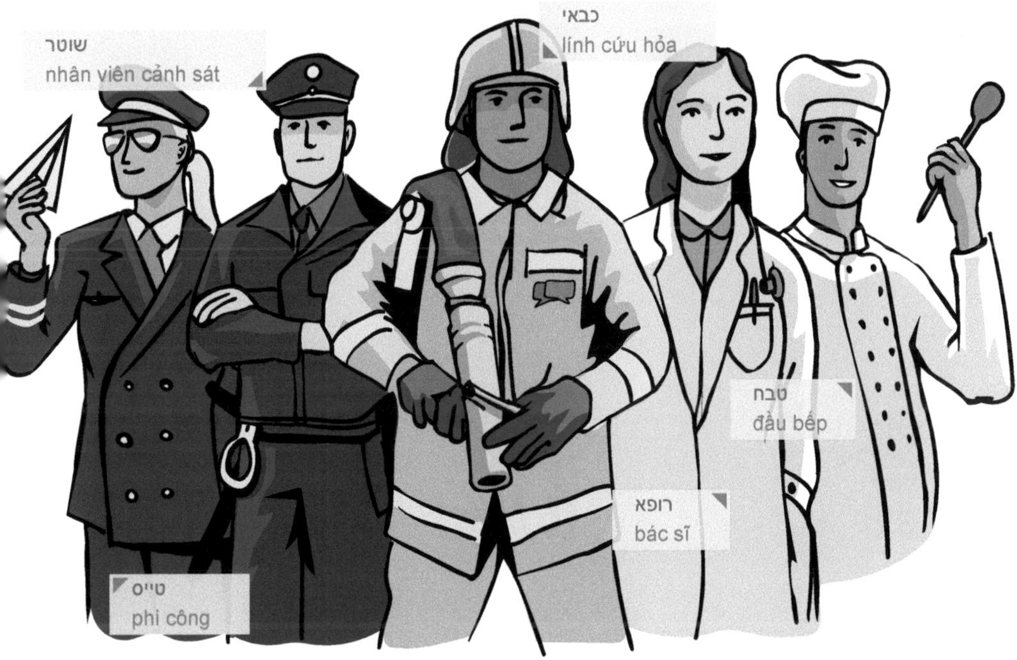

שוטר
nhân viên cảnh sát
כבאי
lính cứu hỏa
טבח
đầu bếp
רופא
bác sĩ
טייס
phi công

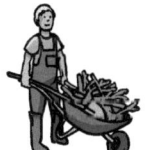

גנן

người làm vườn

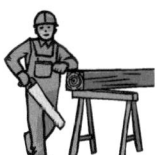

נגר

thợ mộc

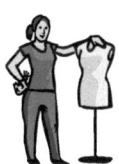

תופרת

thợ may

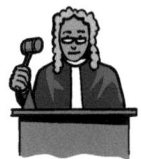

שופט

chánh án

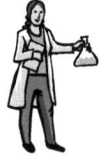

כימאי

nhà hóa học

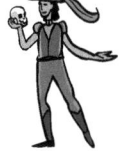

שחקן

diễn viên

נהג אוטובוס

tài xế xe buýt

נהג מונית

người lái taxi

דייג

ngư dân

עובדת נקיון

người lau dọn vệ sinh

מתקן גגות

thợ lợp mái nhà

מלצר

bồi bàn

צייד

thợ săn

צייר

họa sĩ

אופה

thợ làm bánh

חשמלאי

thợ điện

עובד בניין

thợ xây dựng

מהנדס

kỹ sư

קצב

người hàng thịt

אינסטלטור

thợ sửa ống nước

דוור

người đưa thư

חייל

người lính

אדריכל

kiến trúc sư

קופאי

nhân viên thu ngân

מוכר פרחים

người bán hoa

ספר

thợ cắt tóc

כרטיסן

nhân viên soát vé

מכונאי

thợ cơ khí

קברניט

thuyền trưởng

רופא שיניים

nha sĩ

מדען

nhà khoa học

רב

giáo sĩ Do thái

אימאם

lãnh tụ Hồi giáo

נזיר

nhà sư

כומר

mục sư

כלי עבודה
dụng cụ

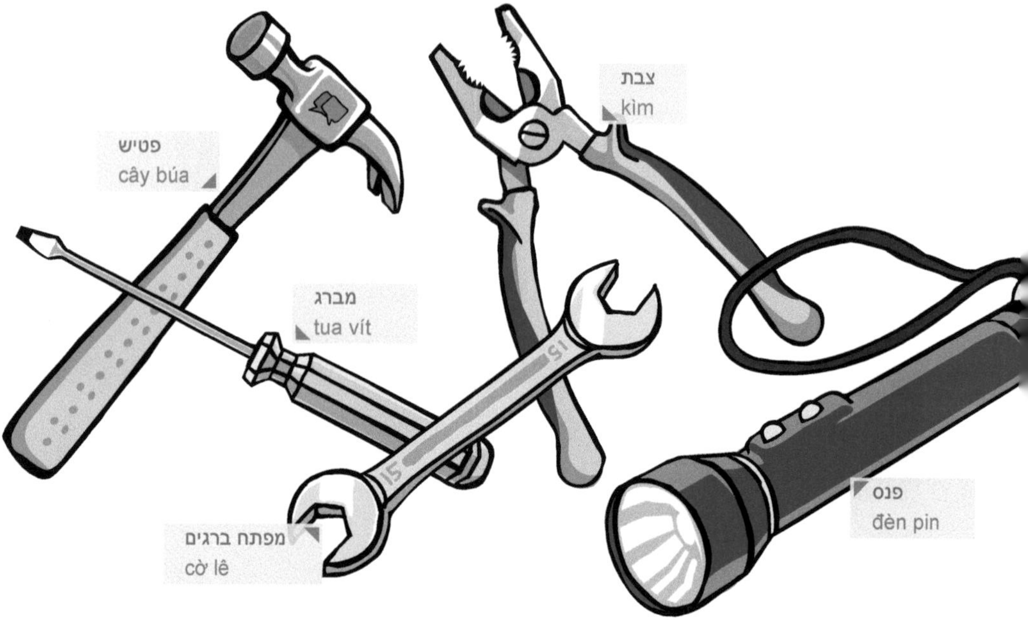

פטיש
cây búa
צבת
kìm
מברג
tua vít
מפתח ברגים
cờ lê
פנס
đèn pin

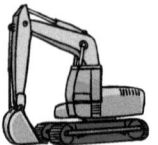

דחפור
máy xúc đất

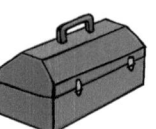

ארגז כלים
hộp dụng cụ

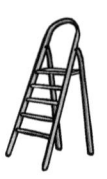

סולם
cái thang

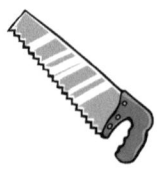

מסור
cưa

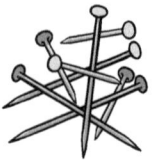

מסמרים
đinh

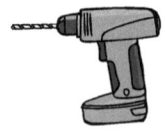

מקדחה
máy khoan

תיקון
sửa chữa

את חפירה
cái xẻng

לעזאזל!
khốn nạn!

יעה
cái hót rác

פח צבע
thùng sơn

ברגים
vít

כלי נגינה
nhạc cụ

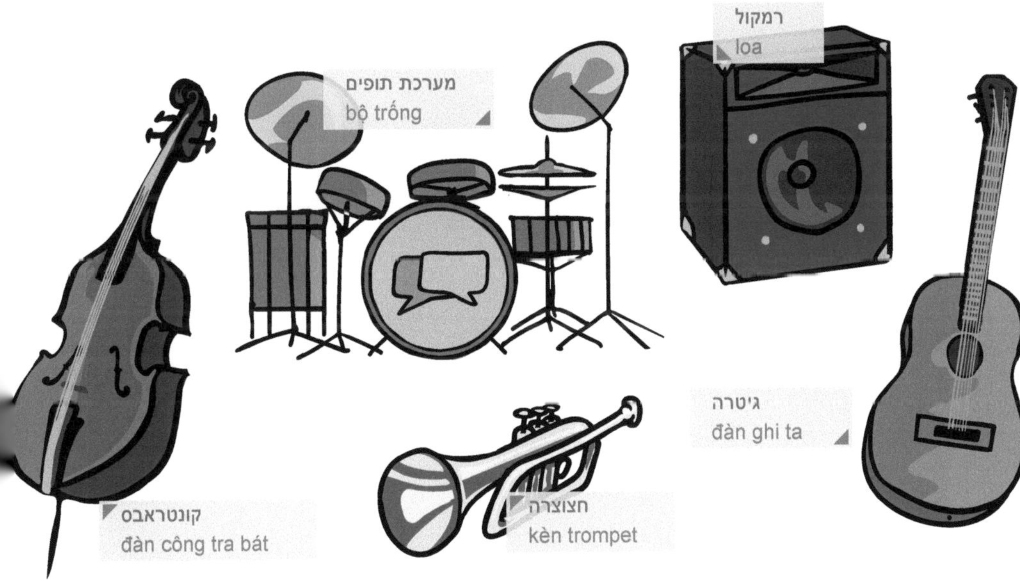

רמקול
loa

מערכת תופים
bộ trống

גיטרה
đàn ghi ta

קונטראבס
đàn công tra bát

חצוצרה
kèn trompet

פסנתר

đàn piano

כינור

đàn vĩ cầm

בס

ghi ta bass

תוף הדוד

trống định âm

תופים

trống

מקלדת פסנתר

đàn organ

סקסופון

kèn Saxophone

חליל

sáo

מיקרופון

micro

גן חיות

vườn bách thú

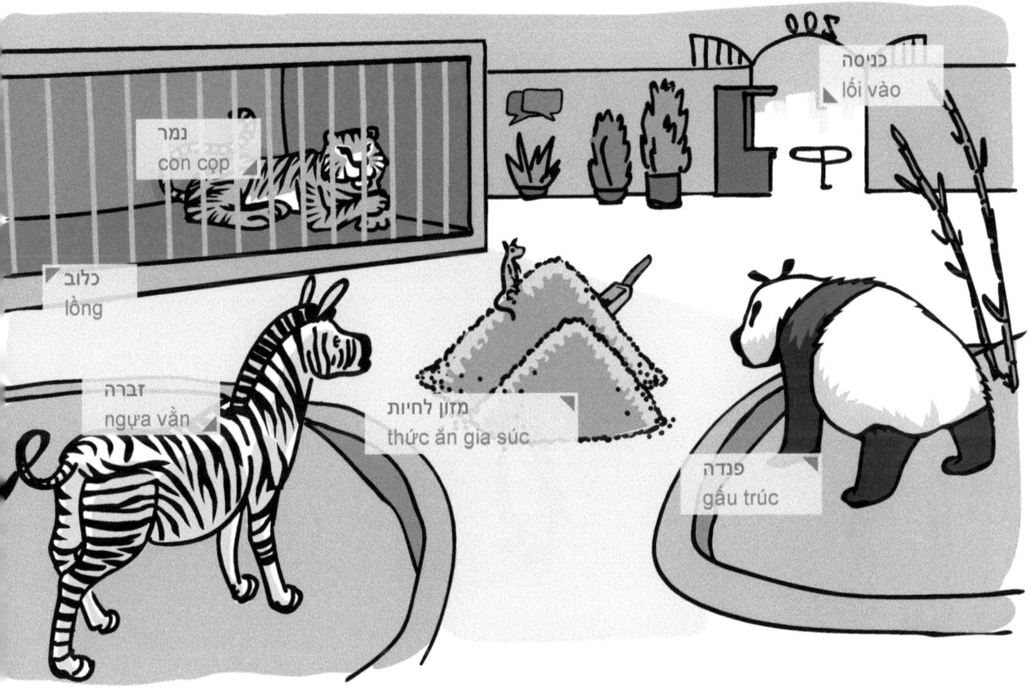
כניסה
lối vào
נמר
con cọp
כלוב
lồng
זברה
ngựa vằn
מזון לחיות
thức ăn gia súc
פנדה
gấu trúc

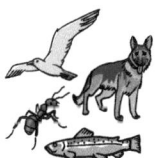

בעלי חיים

động vật

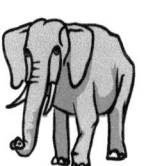

פיל

con voi

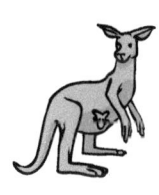

קנגרו

chuột túi

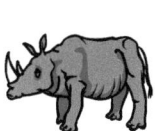

קרנף

tê giác

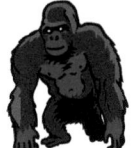

גורילה

khỉ đột

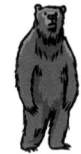

דוב

con gấu

גמל

lạc đà

יען

đà điểu

אריה

sư tử

קוף

con khỉ

פלמינגו

hồng hạc

תוכי

con vẹt

דוב הקרח

gấu bắc cực

פינגווין

chim cánh cụt

כריש

cá mập

טווס

con công

נחש

con rắn

תנין

cá sấu

שומר גן החיות

người trông giữ vườn bách
thú

כלב ים

hải cẩu

יגואר

báo đốm

סוס פוני

ngựa lùn

לאופרד

con báo

היפופוטאם

hà mã

ג'ירפה

hươu cao cổ

נשר

đại bàng

חזיר בר

heo rừng

דג

cá

צב

con rùa

סוס ים

hải mã

שועל

con cáo

אַיילה

linh dương

פוטבול אמריקאי
bóng bầu dục Mỹ

רכיבת אופניים
đua xe đạp

טניס
quần vợt

כדורסל
bóng rổ

שחיה
bơi

הוקי
khúc côn cầu trên băng

אגרוף
đấm bốc

כדורגל
bóng đá

בדמינטון
cầu lông

אתלטיקה
điền kinh

כדור-יד
bóng ném

עשה סקי
trượt tuyết

פולו
polo

צחק
cười

קפץ
nhảy

חיבק
ôm

הלך
đi bộ

שר
ca hát

חלם
mơ

התפלל
cầu nguyện

נשק
hôn

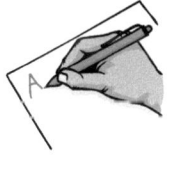

כתב

viết

צייר

vẽ

הראה

chỉ trỏ

דחף

đẩy

נתן

cho

לקח

lấy đi

יש / להיות הבעלים

có

עשה

làm

היה

thì / là

עמד

đứng

רץ

chạy

משך

kéo

זרק

ném

נפל

rơi

שכב

nằm

חיכה

chờ đợi

סחב

mang vác

ישב

ngồi

התלבש

mặc quần áo

ישן

ngủ

התעורר

thức dậy

הסתכל ב-

xem

בכה

khóc

ליטף

vuốt ve

סירק

chải

דיבר

nói chuyện

הבין

hiểu

שאל

câu hỏi

שמע

nghe

שתה

uống

אכל

ăn

סידר

dọn dẹp

אהב

yêu

בישל

nấu nướng

נהג

lái xe

עף

bay

שט

đi thuyền buồm

חישב

tính toán

קרא

đọc

למד

học

עבד

làm việc

התחתן

cưới

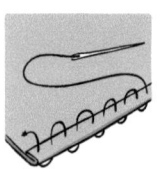

תפר

khâu vá

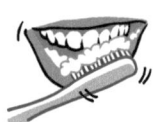

ציחצח שיניים

đánh răng

הרג

giết

עישן

hút thuốc

שלח

gửi đi

משפחה

gia đình

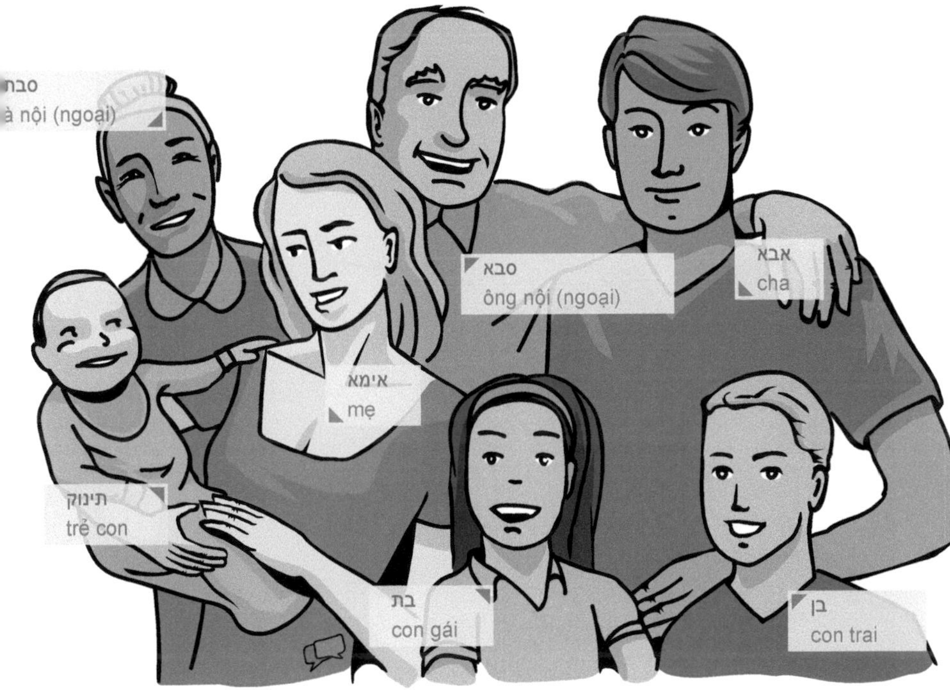

סבת
à nội (ngoại)
סבא
ông nội (ngoại)
אבא
cha
אימא
mẹ
תינוק
trẻ con
בת
con gái
בן
con trai

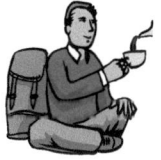

אורח

khách

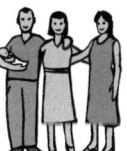

דודה

cô (dì)

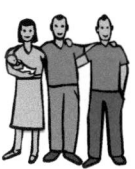

דוד

chú, bác (cậu)

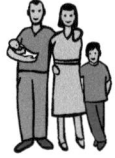

אח

anh (em) trai

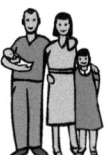

אחות

chị (em) gái

גוף

cơ thể

מצח
trán
עין
mắt
כתף
vai
אצבע
ngón tay
פנים
mặt
סנטר
cằm
כף יד
bàn tay
רגל
chân
חזה
ngực
זרוע
cánh tay

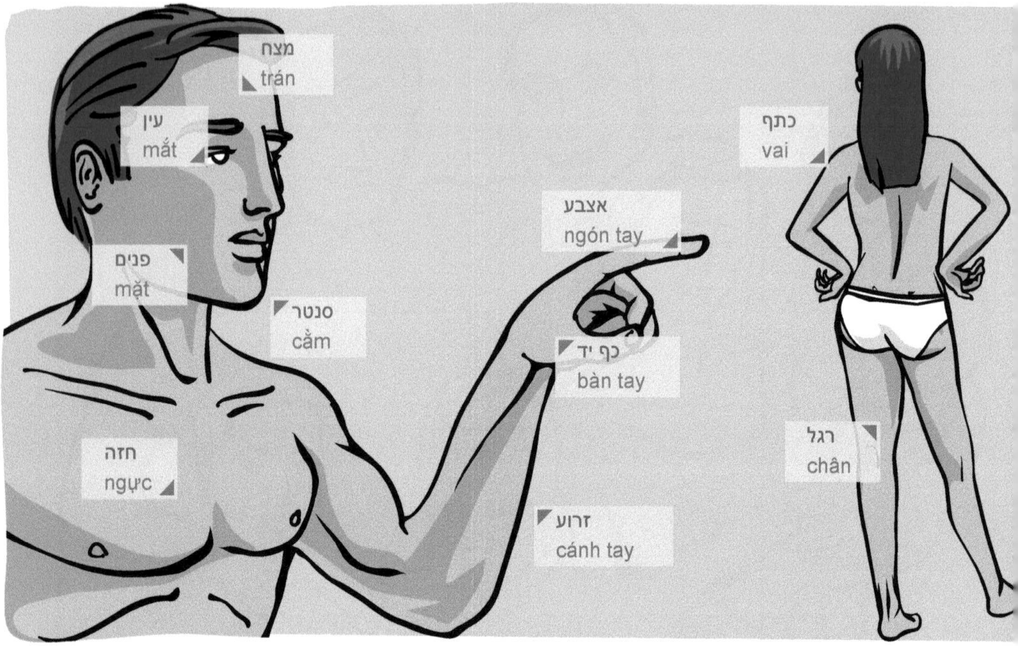

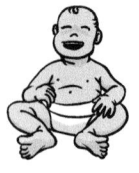

תינוק

trẻ con

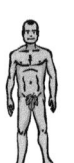

איש

đàn ông

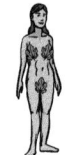

אישה

phụ nữ

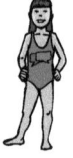

ילדה

bé gái

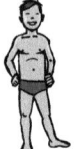

ילד

bé trai

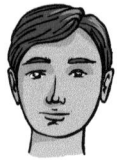

ראש

đầu

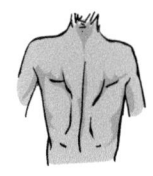

גב
....
lưng

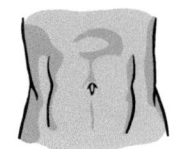

בטן
....
bụng

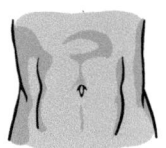

טבור
....
rốn

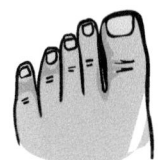

אצבע
....
ngón chân

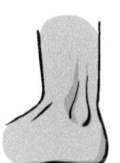

עקב
....
gót chân

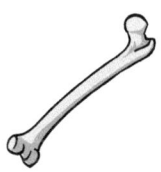

עצם
....
xương

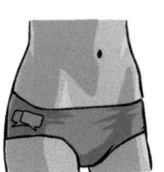

ירך
....
hông

ברך
....
đầu gối

מרפק
....
khuỷu tay

אף
....
mũi

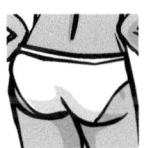

עכוז
....
mông

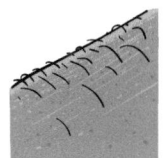

עור
....
da

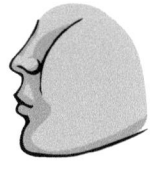

לחי
....
má

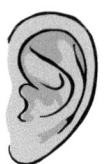

אוזן
....
tai

שפתיים
....
môi

פה
miệng

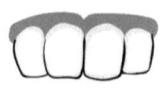

שן
răng

לשון
lưỡi

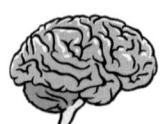

מוח
não

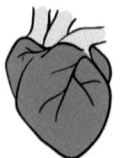

לב
tim

שריר
cơ bắp

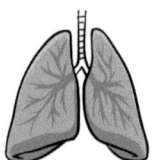

ריאה
phổi

כבד
gan

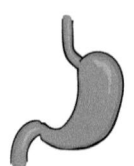

קיבה
dạ dày

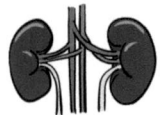

כליות
thận

מין
giao hợp

קונדום
bao cao su

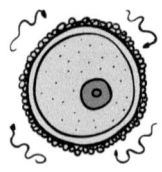

ביצית
noãn

זרע
tinh dịch

הריון
mang thai

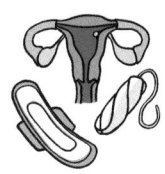

ווסת

kinh nguyệt

נרתיק

âm vật

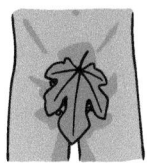

פין

dương vật

גבה

lông mày

שיער

tóc

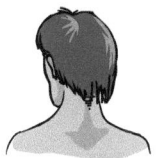

צוואר

cổ

בית חולים
bệnh viện

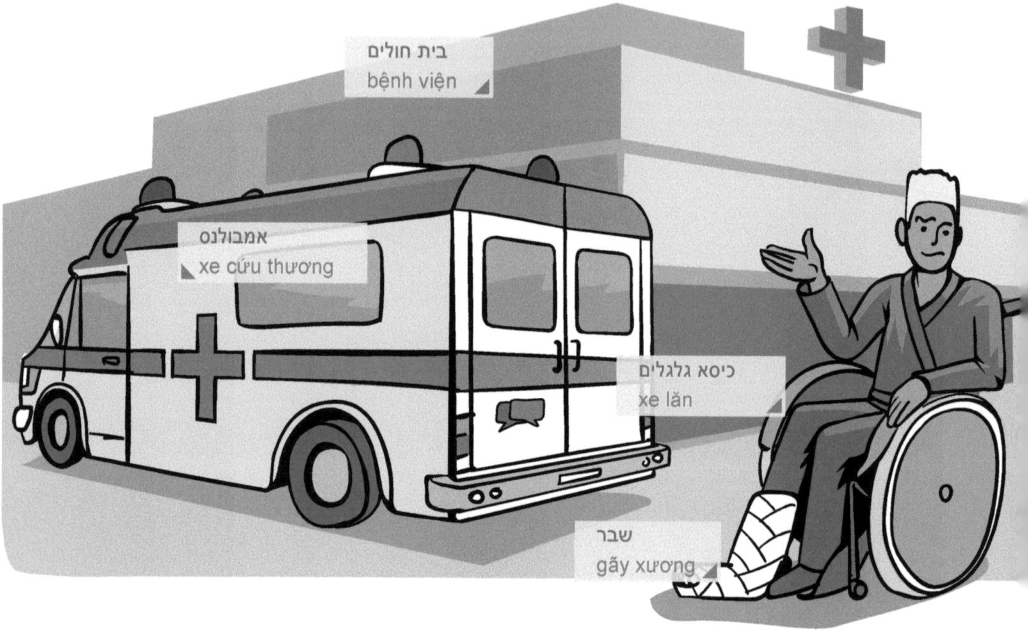

בית חולים
bệnh viện
אמבולנס
xe cứu thương
כיסא גלגלים
xe lăn
שבר
gãy xương

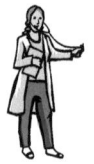

רופא

bác sĩ

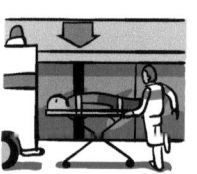

חדר מיון

phòng cấp cứu

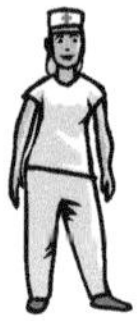

אחות

y tá

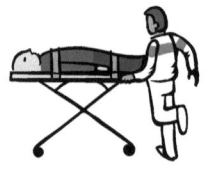

חירום

cấp cứu

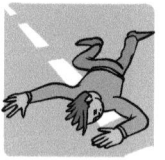

חסר הכרה

bất tỉnh

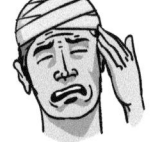

כאב

cơn đau

פציעה

bị thương

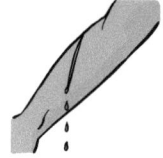

דימום

chảy máu

התקף לב

nhồi máu cơ tim

שבץ

đột quỵ

אלרגיה

dị ứng

שיעול

ho

חום

sốt

שפעת

cúm

שלשול

tiêu chảy

כאב ראש

đau đầu

סרטן

ung thư

סוכרת

bệnh tiểu đường

מנתח

bác sĩ phẫu thuật

אזמל

dao mổ

ניתוח

giải phẫu

סי-טי

chụp cắt lớp

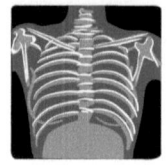

רנטגן

chụp x-quang

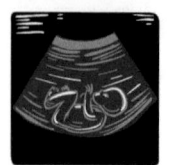

אולטרסאונד

siêu âm

מסיכת פנים

mặt nạ

מחלה

bệnh

חדר המתנה

phòng đợi

קבה

cái nạng

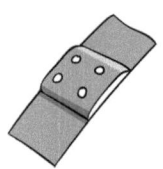

פלסטר

băng dán vết thương

תחבושת

băng bó

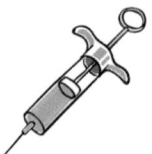

זריקה

tiêm thuốc

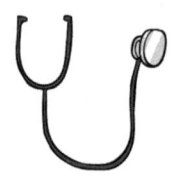

סטטוסקופ

ống nghe khám bệnh

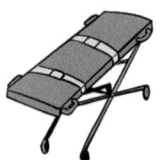

אלונקה

băng ca

מד חום

nhiệt kế

לידה

sinh đẻ

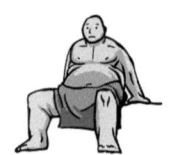

עודף משקל

thừa cân

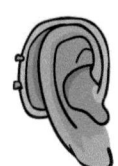

נכשיר שמיעה

máy trợ thính

מחטא

chất khử trùng

זיהום

nhiễm trùng

נגיף

vi rút

איידס

HIV / AIDS

תרופה

thuốc

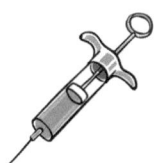

חיסון

tiêm chủng

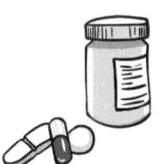

טבליות

thuốc viên

גלולה

viên thuốc

קריאת חירום

gọi cấp cứu

מד לחץ דם

máy đo huyết áp

חולה / בריא

bệnh / khỏe mạnh

הצילו!

cứu!

אזעקה

báo động

פשיטה

cuộc đột kích

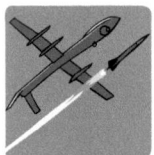

תקיפה

sự tấn công

סכנה

mối nguy hiểm

יציאת חירום

lối thoát hiểm

אש!

cháy!

מטף כיבוי

bình chữa cháy

תאונה

tai nạn

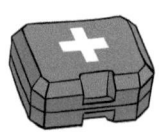

ערכת עזרה ראשונה

bộ dụng cụ sơ cứu

הצילו!

SOS

משטרה

cảnh sát

אירופה

châu Âu

צפון אמריקה

Bắc Mỹ

דרום אמריקה

Nam Mỹ

אפריקה

châu Phi

אסיה

châu Á

אוסטרליה

châu Úc

האוקיינוס האטלנטי

Đại Tây Dương

האוקיינוס השקט

Thái Bình Dương

האוקיינוס ההודי

Ấn Độ Dương

האוקיינוס האנטרקטי

Nam Cực Dương

האוקיינוס הארקטי

Bắc Băng Dương

הקוטב הצפוני

bắc cực

הקוטב הדרומי

nam cực

אנטארקטיקה

nam cực

כדור הארץ

trái đất

אדמה

đất liền

ים

biển

אי

đảo

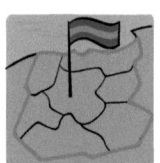

לאום

quốc gia

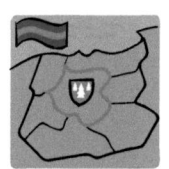

מדינה

nhà nước

פני השעון

mặt đồng hồ

מחוג השעות

kim chỉ giờ

מחוג הדקות

kim chỉ phút

מחוג השניות

kim chỉ giây

?מה השעה

Bây giờ là mấy giờ?

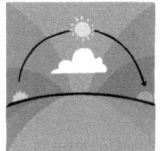

יום

ngày

זמן

thời gian

עכשיו

bây giờ

שעון דיגיטלי

đồng hồ điện tử

דקה

phút

שעה

giờ

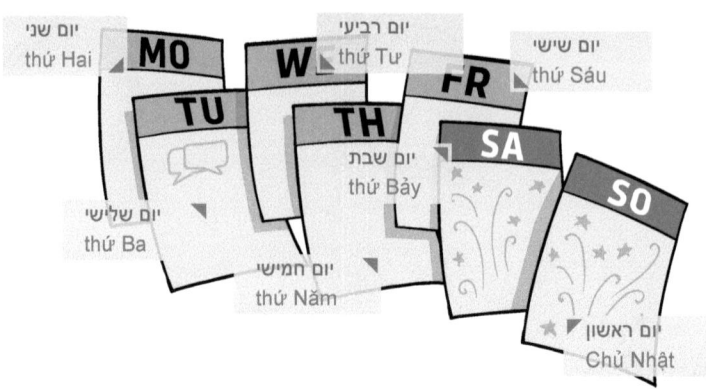

יום שני – thứ Hai **MO**
יום רביעי – thứ Tư **W**
יום שישי – thứ Sáu
TU
TH
SA
FR
SO
יום שלישי – thứ Ba
יום שבת – thứ Bảy
יום חמישי – thứ Năm
יום ראשון – Chủ Nhật

אתמול

hôm qua

היום

hôm nay

מחר

ngày mai

בוקר

buổi sáng

צהריים

buổi trưa

ערב

buổi tối

MO	TU	WE	TH	FR	SA	SU
1	2	3	4	5	6	7
8	9	10	11	12	13	14
15	16	17	18	19	20	21
22	23	24	25	26	27	28
29	30	31	1	2	3	4

ימי עבודה

ngày làm việc

MO	TU	WE	TH	FR	SA	SU
1	2	3	4	5	6	7
8	9	10	11	12	13	14
15	16	17	18	19	20	21
22	23	24	25	26	27	28
29	30	31	1	2	3	4

סוף שבוע

cuối tuần

שנה
năm

גשם
mưa
קשת בענן
cầu vồng
רוח
gió
שלג
tuyết
אביב
mùa xuân
קיץ
mùa hè
סתיו
mùa thu
חורף
mùa đông

4.APRIL 11°
5.APRIL 4°
6.APRIL 13°
7.APRIL 8°
8.APRIL 10°

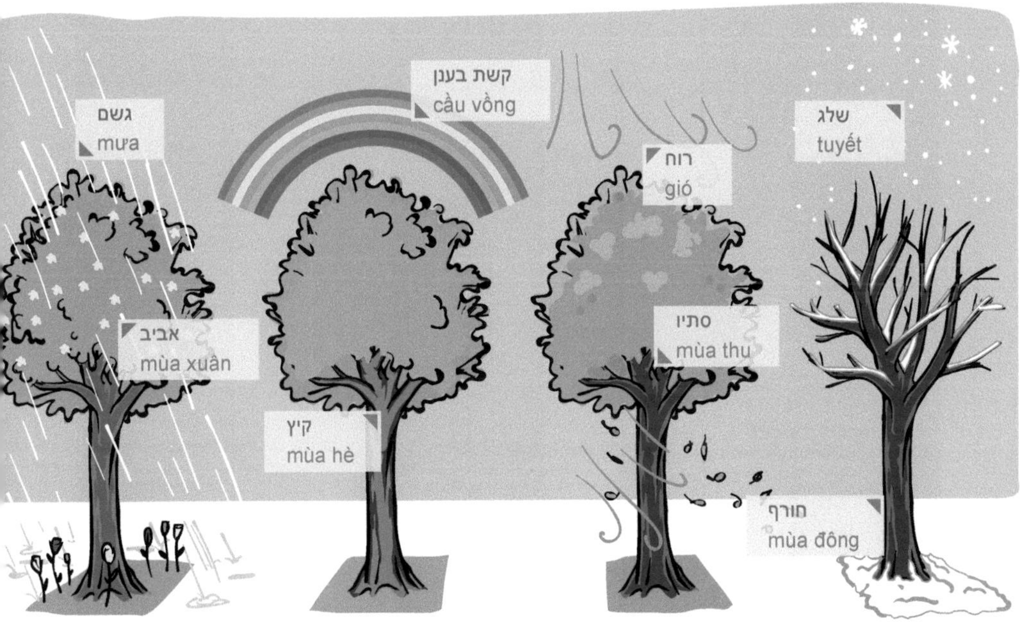

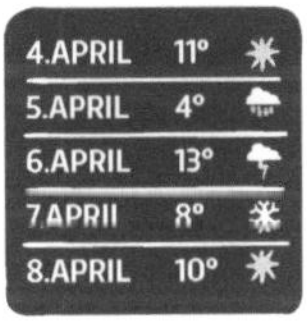

תחזית מזג האוויר
dự báo thời tiết

F C
120 40
90 30
60 20
30 10
0 0
-30 -10
-20

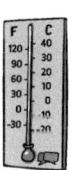

מד חום
nhiệt kế

אור שמש
ánh nắng

ענן
mây

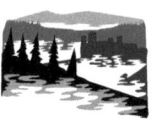

ערפל
sương mù

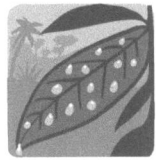

לחות
độ ẩm không khí

ברק

tia chớp

רעם

sấm sét

סערה

cơn bão

ברד

mưa đá

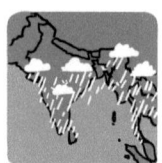

רוח עונתי

gió mùa

שיטפון

lũ lụt

קרח

nước đá

ינואר

tháng Một

פברואר

tháng Hai

מרץ

tháng Ba

אפריל

tháng Tư

מאי

tháng Năm

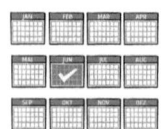

יוני

tháng Sáu

יולי

tháng Bảy

אוגוסט

tháng Tám

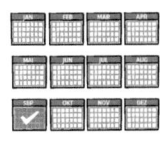

ספטמבר
....
tháng Chín

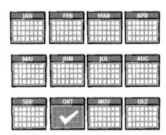

אוקטובר
....
tháng Mười

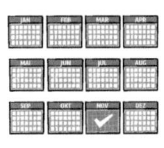

נובמבר
....
tháng Mười Một

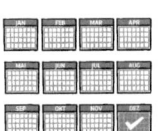

דצמבר
....
tháng Mười Hai

צורות

hình dạng

עיגול
....
hình tròn

מרובע
....
hình vuông

מלבן
....
hình chữ nhật

משולש
....
hình tam giác

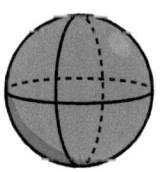

כדור
....
hình cầu

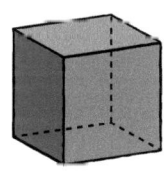

קובייה
....
khối vuông

לבן

màu trắng

צהוב

màu vàng

כתום

màu cam

ורוד

màu hồng

אדום

màu đỏ

סגול

màu tím

כחול

màu xanh dương

ירוק

màu xanh lá cây

חום

màu nâu

אפור

màu xám

שחור

màu đen

הרבה / מעט

nhiều / ít

כועס / רגוע

tức tối / điềm tĩnh

יפה / מכוער

xinh đẹp / xấu xí

התחלה / סוף

bắt đầu / kết thúc

גדול / קטן

to / nhỏ

בהיר / כהה

sáng / tối

אח / אחות

anh (em) trai / chị (em) gái

נקי / מלוכלך

sạch / bẩn

שלם / חלקי

đủ / thiếu

יום /לילה

ngày / đêm

מת / חי

chết / sống

רחב / צר

rộng / chật hẹp

אכיל / לא אכיל

ăn được / không ăn được

רשע / טוב לב

ác / tử tế

מתרגש / משועמם

hào hứng / chán nản

שמן / רזה

béo / gầy

ראשון / אחרון

đầu tiên / cuối cùng

חבר / אויב

bạn / thù

מלא / ריק

đầy / rỗng

קשה / רך

cứng / mềm

כבד / קל

nặng / nhẹ

רעב / צמא

đói / khát

חולה / בריא

bệnh / khỏe mạnh

בלתי-חוקי / חוקי

bất hợp pháp / hợp pháp

נבון / טיפש

thông minh / ngu

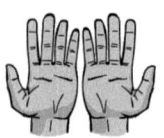

שמאל / ימין

trái / phải

קרוב / רחוק

gần / xa

חדש / משומש

mới / cũ

כלום / משהו

không có gì cả / có cái gì đó

זקן / צעיר

già / trẻ

פעיל / כבוי

bật / tắc

פתוח / סגור

mở / đóng

שקט / רועש

im lặng / ồn ào

עשיר / עני

giàu / nghèo

נכון / שגוי

đúng / sai

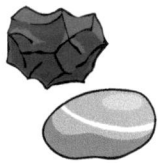

מחוספס / חלק

sần sùi / mịn màng

עצוב / שמח

buồn / vui

קצר / ארוך

ngắn / dài

איטי / מהיר

chậm / nhanh

רטוב / יבש

ẩm ướt / khô ráo

חם / קר

ấm áp / mát mẻ

מלחמה / שלום

chiến tranh / hòa bình

0

אפס

số không

1

אחת

một

2

שתיים

hai

3

שלוש

ba

4

ארבע

bốn

5

חמש

năm

6

שש

sáu

7

שבע

bảy

8

שמונה

tám

9

תשע

chín

10

עשר

mười

11

אחת-עשרה

mười một

12
שתים-עשרה
mười hai

13
שלוש-עשרה
mười ba

14
ארבע-עשרה
mười bốn

15
חמש-עשרה
mười lăm

16
שש-עשרה
mười sáu

17
שבע-עשרה
mười bảy

18
שמונה-עשרה
mười tám

19
תשע-עשרה
mười chín

20
עשרים
hai mươi

100
מאה
một trăm

1.000
אלף
một ngàn

1.000.000
מיליון
một triệu

אנגלית

tiếng Anh

אנגלית אמריקאית

tiếng Anh Mỹ

סינית מנדרינית

tiếng Quan Thoại

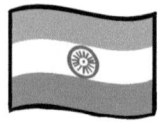

הודית

tiếng Hin-di

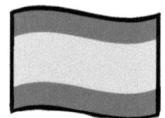

ספרדית

tiếng Tây Ban Nha

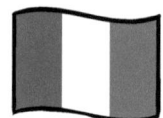

צרפתית

tiếng Pháp

ערבית

tiếng Ả-rập

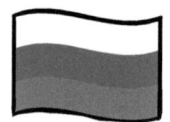

רוסית

tiếng Nga

פורטוגזית

tiếng Bồ Đào Nha

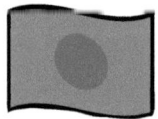

בנגלית

tiếng Bengal

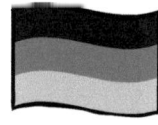

גרמנית

tiếng Đức

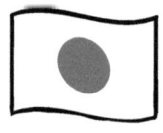

יפנית

tiếng Nhật

אני
tôi

אתה / את
bạn

♂ ♀ ○

הוא / היא / זה
anh ta / cô ta / nó

אנחנו
chúng tôi

אתם
các bạn

הם
họ

מי?
ai?

מה?
cái gì?

איך?
như thế nào?

איפה?
ở đâu?

מתי?
lúc nào?

HELLO, I AM

שם
tên

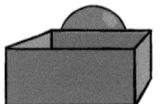

מאחור

phía sau

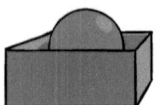

בתוך

ở trong

לפני

phía trước

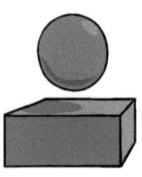

מעל

phía trên

על

ở trên

מתחת

ở dưới

ליד

bên cạnh

בין

ở giữa

מקום

chỗ